KU-540-430

ਰੋ ਨਾ, ਸਲਾਈ!

Don't Cry, Sly!

retold by
Henriette Barkow

illustrated by
Richard Johnson

C0000020076644

ਸਲਾਈ ਦੀ ਮਾਂ ਸਦਾ ਚੀਕਦੀ ਰਹਿੰਦੀ ਸੀ:
"ਆਪਣਾ ਕਮਰਾ ਸਾਫ਼ ਕਰ! ਭਾਂਡੇ ਧੋ!"

Sly's mum was always shouting:
"Tidy your room! Do the dishes!"

"ਆਪਣੇ ਦੰਦ ਸਾਫ਼ ਕਰ! ਵਾਲਾਂ ਨੂੰ ਕੰਘੀ ਕਰ!"
ਸਲਾਈ ਭਾਵੇਂ ਕਿੰਨਾ ਵੀ ਕੰਮ ਕਰੇ, ਉਹਦੀ ਮਾਂ
ਲਈ ਇਹ ਕਾਫ਼ੀ ਨਹੀਂ ਹੁੰਦਾ ਸੀ।

"Brush your teeth! Comb your hair!"
And however much Sly did, it was
never enough for his mum.

ਨਾਲ ਹੀ ਗੁਆਂਢ ਵਿਚ ਲਿਟਲ ਰੈੱਡ ਰਹਿੰਦੀ ਸੀ। ਜਿਸ ਤਰ੍ਹਾਂ ਸਲਾਈ ਦੀ ਮਾਂ ਚੀਕਦੀ ਚਿੱਲਾਂਦੀ ਰਹਿੰਦੀ ਸੀ, ਉਹ ਲਿਟਲ ਰੈੱਡ ਨੂੰ ਬਹੁਤ ਬੁਰਾ ਲਗਦਾ ਸੀ।

Next door Little Red could hear everything. She hated the way Sly's mum always screamed and shouted.

ਇਕ ਦਿਨ ਉਹਨੇ ਉੱਚੀ ਆਵਾਜ਼ ਸੁਣੀ:
"ਮੈਨੂੰ ਭੁੰਨੀ ਹੋਈ ਮੁਰਗ਼ੀ ਚਾਹੀਦੀ ਹੈ!"
ਅਤੇ ਲਿਟਲ ਰੈੱਡ ਬਹੁਤ ਡਰ ਗਈ।

One day she heard a scream:
"I want roast chicken!"
And Little Red became very
very scared.

ਸਲਾਈ ਵੀ ਡਰ ਗਿਆ, ਉਹਨੇ ਪਹਿਲਾਂ ਕਦੇ ਮੁਰਗ਼ੀ ਨਹੀਂ ਫੜੀ ਸੀ,
ਪਰ ਚਲਾਕ ਲੂੰਬੜ ਹੋਣ ਕਾਰਨ ਉਹਨੇ ਇਕ ਵਿਉਂਤ ਬਣਾਈ।

Sly was scared too, he'd never caught a hen before,
but being a smart fox he had a plan.

ਜਦ ਲਿਟਲ ਰੈੱਡ ਬਾਹਰ ਗਈ ਤਾਂ ਸਲਾਈ ਚੋਰੀ ਛਿਪੀਂ ਉਹਦੇ ਘਰ 'ਚ ਵੜ ਗਿਆ,
ਅਤੇ ਉਹਦੇ ਵਾਪਸ ਆਉਣ ਤਕ ਉਡੀਕੀ ਗਿਆ, ਉਡੀਕੀ ਗਿਆ।

When Little Red went out Sly sneaked into her house and waited and waited,
until she returned.

"ਬਚਾਓ! ਬਚਾਓ!" ਸਲਾਈ ਨੂੰ ਦੇਖ ਕੇ ਲਿਟਲ ਰੈੱਡ ਚੀਕੀ ਅਤੇ ਟੱਪ ਕੇ ਕਿਤਾਬਾਂ ਵਾਲੀ ਅਲਮਾਰੀ ਦੇ ਉੱਪਰ ਚੜ੍ਹ ਗਈ। ਪਰ ਸਲਾਈ ਲਈ ਇਹ ਕੋਈ ਮੁਸ਼ਕਿਲ ਨਹੀਂ ਸੀ, ਆਖ਼ਿਰ ਉਹ ਵੀ ਵਿਉਂਤ ਬਣਾ ਕੇ ਆਇਆ ਲੂੰਬੜ ਸੀ।

"Help! Help!" Little Red cried when she saw Sly and jumped up onto the top of the bookcase.
But that was no problem for Sly, after all, he was a fox with a plan.

ਸਲਾਈ ਨੇ ਇੱਕੋਂ ਥਾਂ ਘੁੰਮਣਾ ਸ਼ੁਰੂ ਕੀਤਾ,
ਆਪਣੀ ਹੀ ਪੂਛ ਦੇ ਪਿੱਛੇ ਹੋਰ ਤੋਂ ਹੋਰ
ਤੇਜ਼ ਭੱਜੀ ਗਿਆ, ਜਦ ਤਕ...

Sly started spinning round and round, chasing his tail.
Faster and faster he went until...

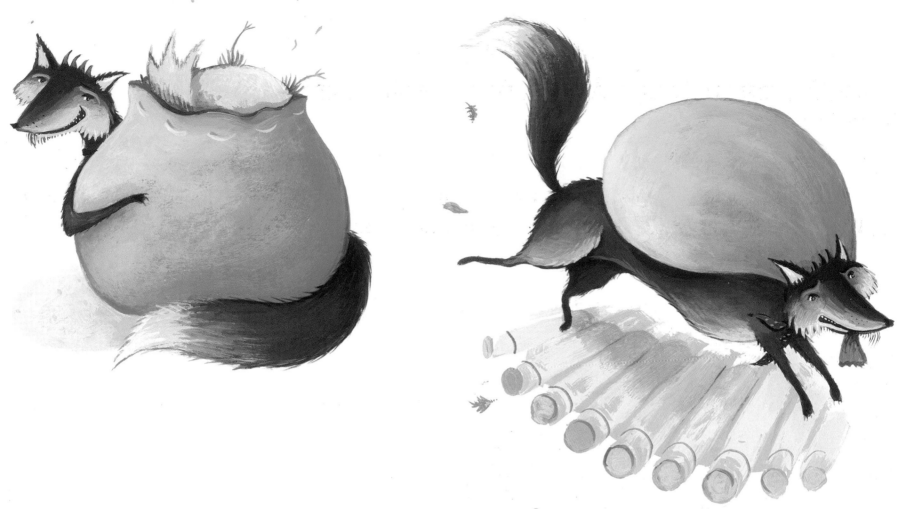

...ਲਿਟਲ ਰੈੱਡ ਹੇਠਾਂ ਡਿਗਦੀ ਡਿਗਦੀ ਥੈਲੇ ਵਿਚ ਨਾ ਆ ਪਈ - ਧਹਿ!

ਸਲਾਈ ਥੈਲੇ ਨੂੰ ਪੌੜੀਆਂ ਤੋਂ ਹੇਠਾਂ ਵਲ ਖਿੱਚ ਕੇ ਲੈ ਗਿਆ -

ਧੰਮ, ਧਮਾ ਧੰਮ!

...Little Red fell down, down, down into the sack - THUMP!

Sly dragged the sack down the stairs -
THUMPADY, THUMPADY, BUMP!

ਹੇਠਾਂ ਜ਼ਮੀਨ 'ਤੇ ਪਹੁੰਚਣ ਤਕ ਉਹ ਬਹੁਤ ਥੱਕ ਗਿਆ, ਉਹਦਾ ਸਿਰ ਘੁੰਮਣ ਲੱਗਾ ਅਤੇ ਪੌੜੀਆਂ ਦੇ ਹੇਠਾਂ ਉਹ ਸੌਂ ਗਿਆ।

By the time he reached the ground he was so tired and dizzy that he fell asleep at the bottom of the stairs.

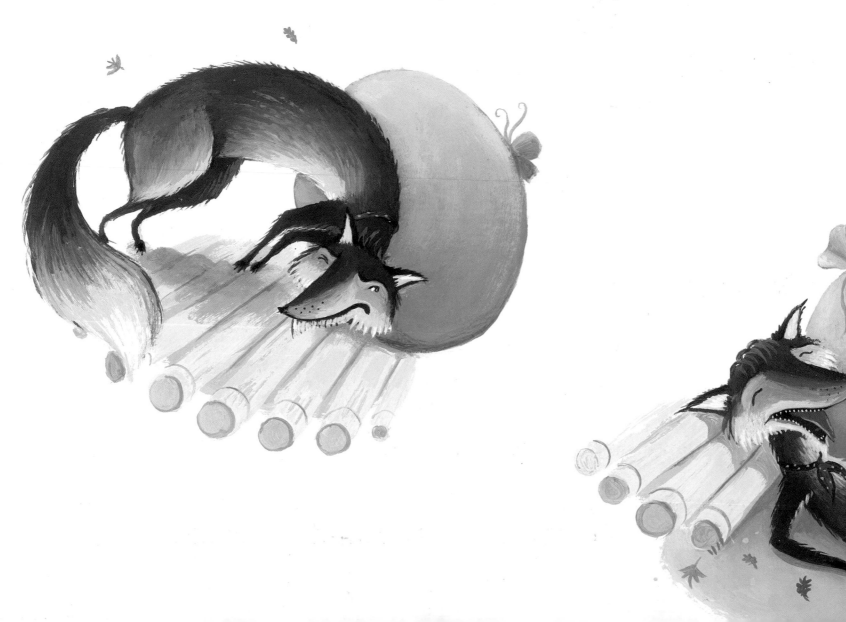

ਹੁਣ ਲਿਟਲ ਰੈੱਡ ਨੂੰ ਮੌਕਾ ਮਿਲ ਗਿਆ।

Now was Little Red's chance.

ਉਹ ਸੁੰਗੜ ਕੇ ਥੈਲੇ ਵਿਚੋਂ ਨਿਕਲ ਆਈ ਅਤੇ ਜਿੰਨੀ ਵੀ ਤੇਜ਼ੀ ਨਾਲ ਹੋ ਸਕਿਆ ਪੌੜੀਆਂ ਚੜ੍ਹਦੀ ਗਈ, ਚੜ੍ਹਦੀ ਗਈ, ਚੜ੍ਹਦੀ ਗਈ।

She squeezed herself out of the sack and ran as fast as she could, up, up, up the stairs.

ਜਦ ਲਿਟਲ ਰੈੱਡ ਨੂੰ ਕੁਝ ਸਾਹ ਆਇਆ ਤਾਂ ਉਹਨੇ ਵਿਚਾਰੇ ਸਲਾਈ ਬਾਰੇ ਅਤੇ ਉਸ ਮੁਸੀਬਤ ਬਾਰੇ ਸੋਚਿਆ ਜਿਸ ਵਿਚ ਉਹ ਫਸਣ ਵਾਲਾ ਸੀ। ਸਲਾਈ ਦੀ ਮਦਦ ਲਈ ਉਹ ਕੀ ਕਰ ਸਕਦੀ ਸੀ?

When Little Red had recovered she thought about poor Sly and all the trouble he would be in. What could she do to help?

ਉਹਨੇ ਆਪਣੀ ਰਸੋਈ ਵਿਚ ਇੱਧਰ ਉੱਧਰ ਨਜ਼ਰ ਮਾਰੀ ਅਤੇ ਉਹਨੂੰ ਇਕ ਖ਼ਿਆਲ ਆਇਆ।

She looked around her kitchen and then she had an idea.

ਆਪਣਾ ਕੰਮ ਪੂਰਾ ਕਰਨ ਮਗਰੋਂ ਉਹਨੇ ਸਲਾਈ ਨੂੰ ਜਗਾ ਕੇ ਆਪਣੀ ਵਿਉਂਤ ਸਮਝਾਈ।

When she had finished she woke Sly and told him of her plan.

ਸਲਾਈ ਆਪਣਾ ਭਾਰਾ ਥੈਲਾ ਲੈ ਕੇ ਘਰ ਪਹੁੰਚਿਆ।
ਉਹਨੇ ਖਾਣਾ ਤਿਆਰ ਕਰਕੇ ਮੇਜ਼ 'ਤੇ ਪਰੋਸਿਆ, ਅਤੇ ਫਿਰ ਆਪਣੀ ਮਾਂ ਨੂੰ ਬੁਲਾਇਆ।
"ਭੁੰਨੀ ਹੋਈ ਮੁਰਗੀ ਤਿਆਰ ਹੈ, ਆਓ ਖਾ ਲਓ!"

Sly went home with his heavy sack. He made the dinner and set the table, and then he called his mum. "Roast chicken is ready, come and get it!"

ਅਤੇ ਕੀ ਸਲਾਈ ਦੀ ਮਾਂ ਚੀਕੀ ਅਤੇ ਜ਼ੋਰ ਨਾਲ ਬੋਲੀ?
ਉਹ ਖ਼ੁਸ਼ੀ ਨਾਲ ਚੀਕੀ, ਅਤੇ ਬੜੀ ਖ਼ੁਸ਼ ਹੋ ਕੇ ਜ਼ੋਰ ਨਾਲ
ਬੋਲੀ: "ਇਹ ਮੈਨੂੰ ਸਭ ਤੋਂ ਵਧੀਆ ਖਾਣਾ ਮਿਲਿਆ ਹੈ!"

And did Sly's mum scream and shout?
She screamed with delight.
She shouted with joy: "That's the best
dinner I've ever had!"

ਉਸ ਦਿਨ ਤੋਂ ਬਾਅਦ ਸਲਾਈ ਸਦਾ ਆਪਣੀ ਨਵੀਂ ਦੋਸਤ ਦੀ ਮਦਦ ਨਾਲ ਖਾਣਾ ਤਿਆਰ ਕਰਨ ਲੱਗ ਪਿਆ।
ਅਤੇ ਸਲਾਈ ਮਾਂ, ਹੁਣ ਉਹ ਕਦੇ ਕਦਾਈਂ ਹੀ ਉਹਦੇ ਨਾਲ ਝਗੜਦੀ ਸੀ।

From that day forth Sly did all the cooking with the help of his new friend.
And Sly's mum, well she only nagged him now and then.

To the children of Mrs Michelsen's Class of 02
at Moss Hall Junior School
H.B.

For my friends, Rebecca Edwards
and Richard Holland
R.J.

First published in 2002 by Mantra Lingua Ltd
Global House, 303 Ballards Lane
London N12 8NP
www.mantralingua.com

Text copyright © 2002 Henriette Barkow
Illustration copyright © 2002 Richard Johnson
Dual language copyright © 2002 Mantra Lingua Ltd
This edition 2007

All rights reserved

A CIP record for this book is available from the British Library